Impressum
Verlag: BABADADA GmbH, Nedderfeld 112 , 22529 Hamburg
Geschäftsführer / Verlagsleitung: Harald Hof
Druck: Books on Demand GmbH, In de Tarpen 42, 22848 Norderstedt

Imprint
Publisher: BABADADA GmbH, Nedderfeld 112 , 22529 Hamburg, Germany
Managing Director / Publishing direction: Harald Hof
Print: Books on Demand GmbH, In de Tarpen 42, 22848 Norderstedt

école

shule

salle de classe
sajili

diviser
kugawanya

186/2

tableau noir
ubao

cour (de récréation)
eneo la shule

professeur
mwalimu

papier
karatasi

écrire
kuandika

stylo
kalamu

bureau
dawati

règle
rula

livre
kitabu

élève
mwanafunzi

cartable

mkoba

trousse

kikasha cha penseli

crayon

penseli

taille-crayon

kichonga penseli

gomme

mpira

carnet à dessin

pedi ya kuchora

dessin

uchoraji

pinceau

brashi ya rangi

boîte de peinture

sanduku la rangi

ciseaux

mkasi

colle

gundi

cahier d'exercices

daftari

devoirs

kazi ya nyumbani

chiffre

nambari

additionner

jumlisha

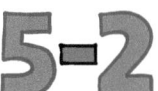

soustraire

ondoa

multiplier

zidisha

calculer

kokotoa

lettre

barua

alphabet

alfabeti

mot

neno

texte

maandishi

lire

kusoma

craie

chaki

leçon

somo

livre de classe

sajili

examen

uchunguzi

certificat

cheti

uniforme scolaire

sare za shule

formation

elimu

lexique

elezo

université

chuo kikuu

microscope

darubini

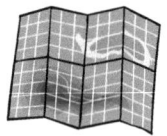

carte

ramani

corbeille à papier

kikapu cha kuweka karatasi chafu

voyage
usafiri

hôtel
hoteli
Grand
auberge
hosteli
ROOMS
bureau de change
ofisi ya ubadilishanaji
valise
sanduku
voiture
gari

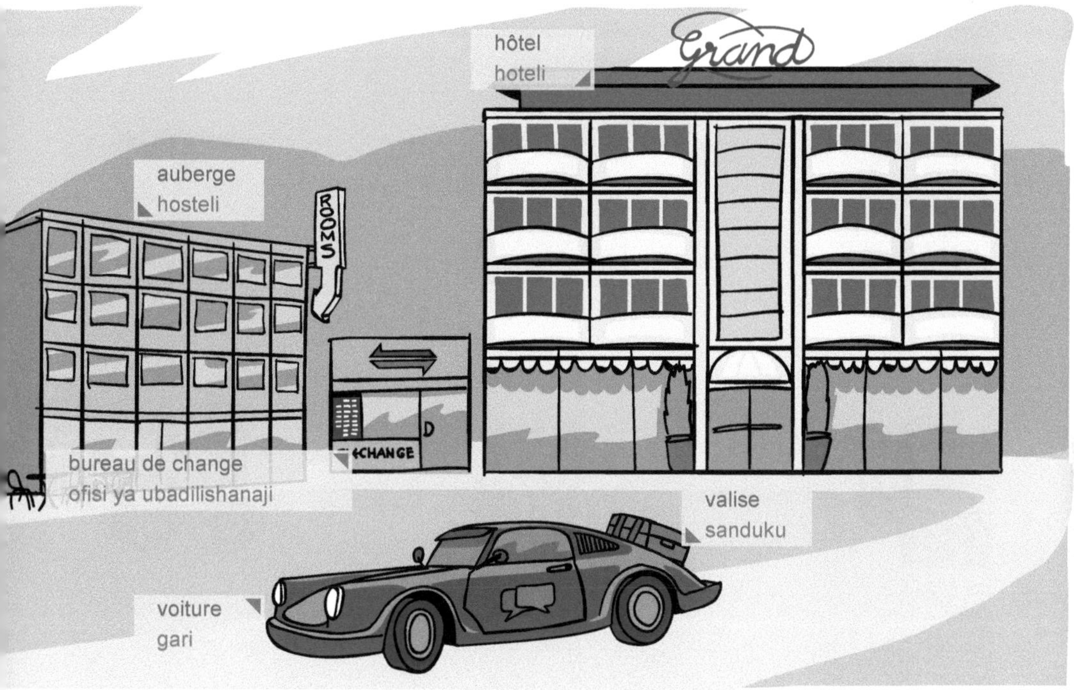

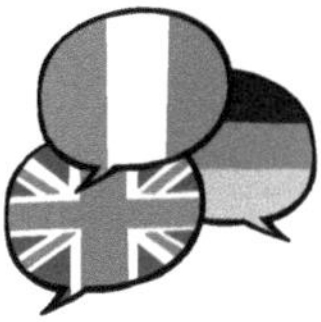

langue

lugha

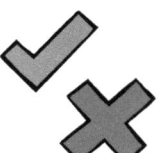

oui / non

ndiyo / la

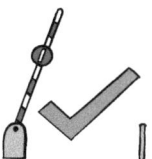

d'accord

sawa

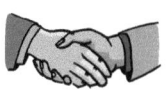

Salut

hujambo

interprète

mtafsiri

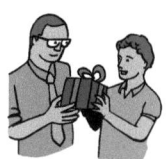

merci

Asante

Combien coûte...?

kiasi gani ni ...?

Je ne comprends pas

Sielewi

problème

tatizo

Bonsoir !

Jioni njema!

Bonjour !

Habari za asubuhi!

Bonne nuit !

Usiku mwema!

Au revoir

kwa heri

direction

mwelekeo

bagages

mizigo

sac

mfuko

sac-à-dos

shanta

hôte

mgeni

pièce

chumba

sac de couchage

begi la kulalia

tente

hema

office de tourisme

taarifa ya utalii

plage

ufuo

carte de crédit

kadi

petit-déjeuner

kifunguakinywa

déjeuner

chakula cha mchana

dîner

chakula cha jioni

billet

tiketi

ascenseur

kuinua

timbre

muhuri

frontière

mpaka

douane

mila

ambassade

ubalozi

visa

visa

passeport

pasipoti

transport

usafiri

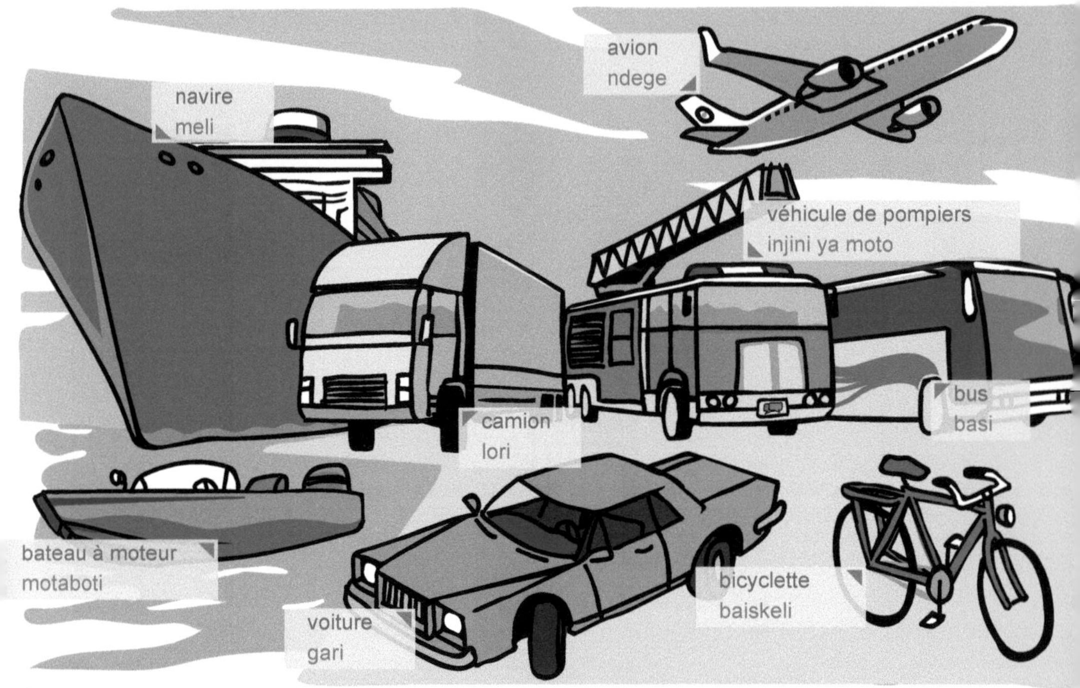
avion
ndege
navire
meli
véhicule de pompiers
injini ya moto
camion
lori
bus
basi
bateau à moteur
motaboti
bicyclette
baiskeli
voiture
gari

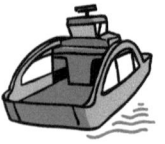

ferry

feri

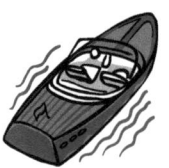

barque

mashua

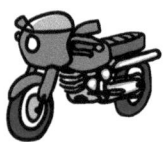

moto

pikipiki

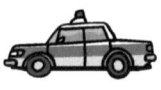

voiture de police

gari la polisi

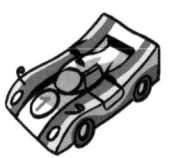

voiture de course

gari la mashindano

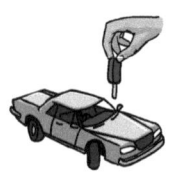

voiture de location

gari la kukodisha

auto-partage

kushiriki gari

voiture de remorquage

lori la kuvuta

benne à ordures

ukusanyaji taka

moteur

motor

essence

mafuta

station d'essence

kituo cha mafuta

panneau indicateur

ishara trafiki

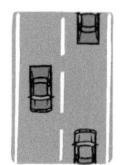

trafic

trafiki

embouteillage

msongamano

parking

maegesho

gare

kituo cha treni

rails

reli

train

garimoshi

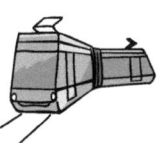

tramway

tremu

wagon

gari la mizigo

hélicoptère
helikopta

aéroport
uwanja wa ndege

tour
mnara

passager
abiria

conteneur
chombo

carton
katoni

chariot
mkokoteni

corbeille
kikapu

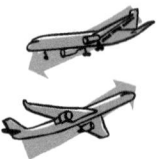

décoller / atterrir
ondoka

ville

jiji

village
kijiji

centre-ville
katikati ya jiji

maison
nyumba

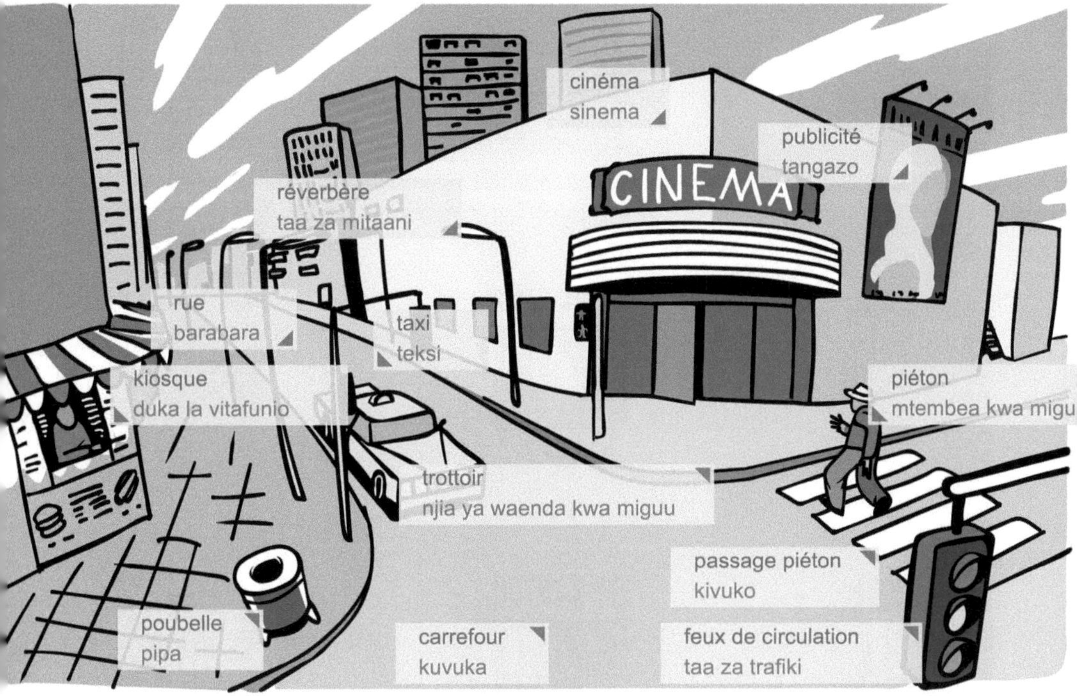

cinéma
sinema

publicité
tangazo

réverbère
taa za mitaani

CINEMA

rue
barabara

taxi
teksi

piéton
mtembea kwa migu

kiosque
duka la vitafunio

trottoir
njia ya waenda kwa miguu

passage piéton
kivuko

poubelle
pipa

carrefour
kuvuka

feux de circulation
taa za trafiki

cabane
kibanda

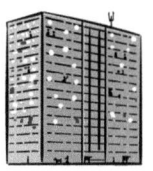

appartement
gorofa

gare
kituo cha treni

mairie
ukumbi wa mji

musée
Makavazi

école
shule

université

chuo kikuu

banque

benki

hôpital

hospitali

hôtel

hoteli

pharmacie

duka la dawa

bureau

ofisi

librairie

duka la kitabu

magasin

duka

fleuriste

duka la maua

supermarché

dukakuu

marché

soko

grand magasin

idara ya kuhifadhi

poissonnerie

mwuza samaki

centre commercial

kituo cha ununuzi

port

bandari

parc

Hifadhi

banque

benki

pont

daraja

escaliers

vidato

métro

chini ya ardhi

tunnel

handaki

arrêt de bus

kituo cha mabasi

bar

bar

restaurant

mgahawa

boîte à lettres

sanduku la posta

panneau indicateur

ishara ya barabara

parcmètre

mita ya maegesho

zoo

bustani ya wanyama

piscine

kidimbwi cha kuogelea

mosquée

msikiti

ferme

shamba

pollution

uchafuzi

cimetière

makaburini

église

kanisa

aire de jeux

uwanja wa michezo

temple

hekalu

paysage

mazingira

feuille
jani

panneau indicateur
ishara ya mwelekeo

chemin
njia

pré
malisho

pierre
jiwe

arbre
mti

randonneur
mtembeaji wa masafa

rivière
mto

herbe
nyasi

fleur
ua

vallée

bonde

montagne

kilima

lac

ziwa

forêt

msitu

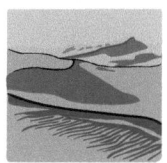

désert

jangwa

volcan

volkano

château

ngome

arc-en-ciel

upinde wa mvua

champignon

uyoga

palmier

mtende

moustique

mbu

mouche

kuruka

fourmis

chungu

abeille

nyuki

araignée

buibui

coléoptère

mende

grenouille

chura

écureuil

kuchakuro

hérisson

nungunungu

lièvre

sungura

chouette

bundi

oiseau

ndege

cygne

swan

sanglier

nguruwe mwitu

cerf

kulungu

élan

aina ya kongoni

barrage

bwawa

éolienne

tabo ya upepo

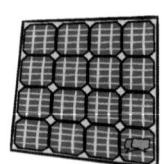

panneau solaire

nishaji ya jua

climat

hali ya hewa

restaurant
mgahawa

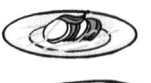

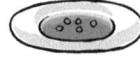

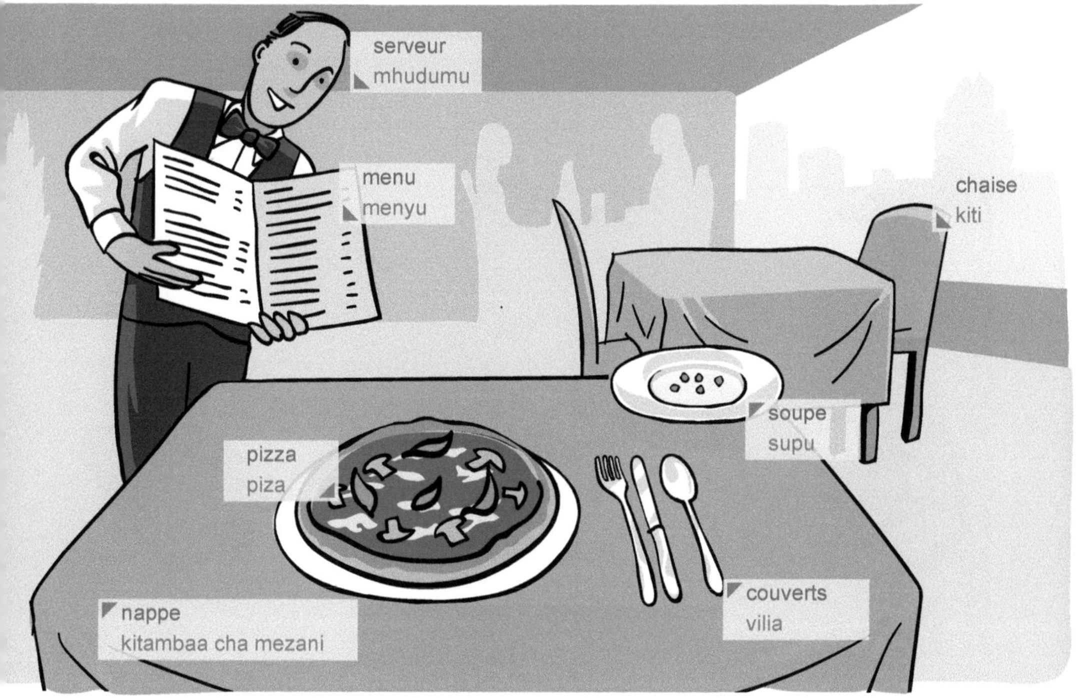
serveur
mhudumu
menu
menyu
chaise
kiti
soupe
supu
pizza
piza
couverts
vilia
nappe
kitambaa cha mezani

hors d'œuvre

kiamsha hamu

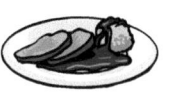

plat principal

kozi kuu

dessert

kitindamlo

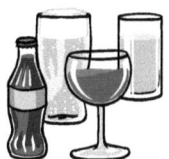

boissons

vinywaji

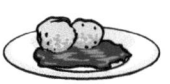

alimentation

chakula

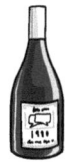

bouteille

chupa

fast-food

chakula cha haraka

plats à emporter

Streetfood

théière

buli

sucrier

kisanduku cha sukari

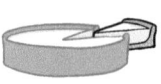

portion

sehemu

machine à expresso

mashine ya espresso

chaise haute

kiti kirefu

facture

muswada

plateau

trei

couteau

kisu

fourchette

uma

cuillère

kijiko

cuillère à thé

kijiko cha chai

serviette

nepi

verre

glasi

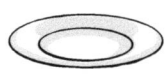

assiette
....
sahani

assiette à soupe
....
sahani ya supu

soucoupe
....
sufuria

sauce
....
mchuzi

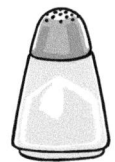

salière
....
kichanyaji chumvi

moulin à poivre
....
kinu cha pilipili

vinaigre
....
siki

huile
....
mafuta

épices
....
viungo

ketchup
....
kechapu

moutarde
....
haradali

mayonnaise
....
kachumbari nzito

supermarché

dukakuu

offre promotionnelle
ofa maalum
FOR
client
mteja
produits laitiers
maziwa
fruits
matunda
chariot
toroli

BUTCHERS

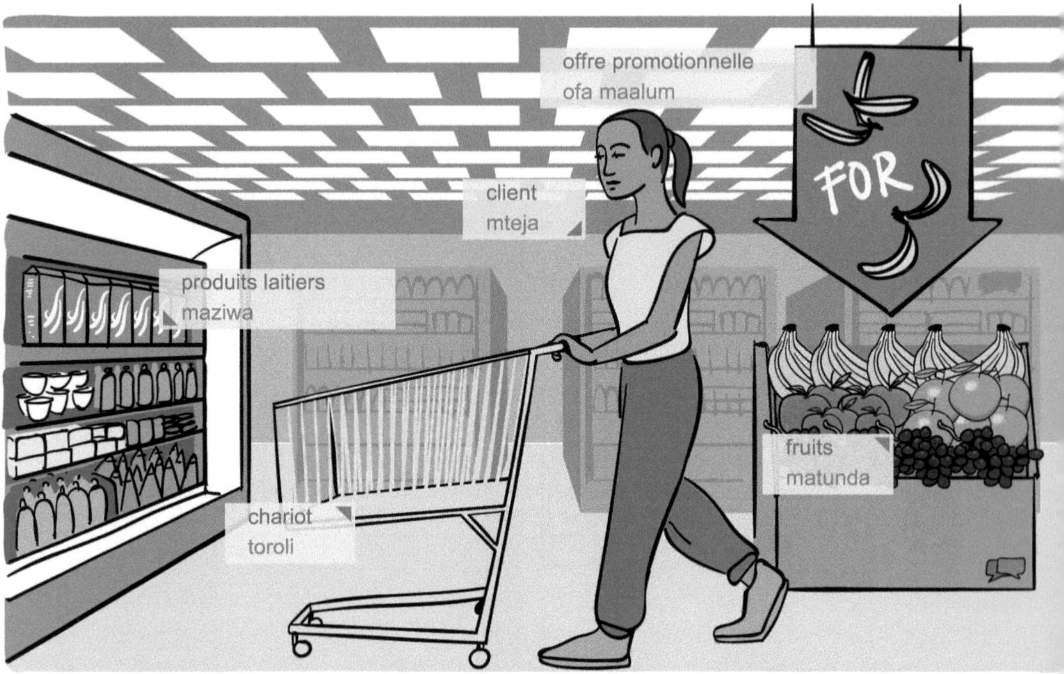

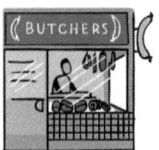

boucherie

mchinjaji

BAKERY

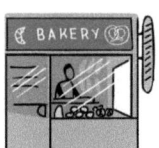

boulangerie

mwokaji

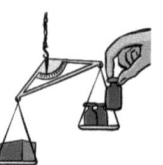

peser

uzito

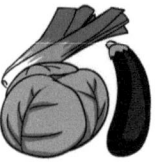

légumes

mboga

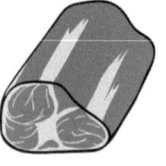

viande

nyama

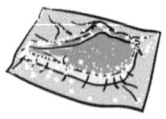

aliments surgelés

chakula waliohifadhiwa

charcuterie

vipande vya nyama baridi

conserves

chakula cha kopo

poudre à lessive

sabuni ya unga

bonbons

pipi

articles ménagers

bidhaa za kaya

détergents

bidhaa za kusafisha

vendeuse

mtu mauzo

caisse

mpaka

caissier

keshia

liste d'achats

orodha ya manunuzi

heures d'ouverture

masaa ya ufunguzi

portefeuille

mkoba

carte de crédit

kadi

sac

mfuko

sac en plastique

mfuko wa plastiki

eau
....
maji

jus de fruit
....
sharubati

lait
....
maziwa

coca
....
coke

vin
....
mvinyo

bière
....
bia

alcool
....
pombe

chocolat chaud
....
kakao

thé
....
chai

café
....
kahawa

expresso
....
spreso

cappuccino
....
kapuchino

banane

ndizi

pomme

tufaha

orange

machungwa

melon

tikiti

citron

lemon

carotte

karoti

ail

kitunguu saumu

bambou

mianzi

oignon

kitunguu

champignon

uyoga

noisettes

karanga

pâtes

nudo

spaghetti

spageti

riz

mpunga

salade

saladi

pommes frites

vibanzi

pommes de terre rôties

viazi vya kukaanga

pizza

piza

hamburger

hambaga

sandwich

sandwichi

escalope

kipande

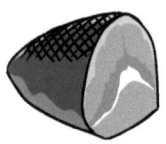

jambon

paja la mnyama

salami

salami

saucisse

soseji

poulet

kuku

rôti

choma

poisson

samaki

flocons d'avoine
....
oats ya uji

muesli
....
muesli

cornflakes
....
cornflakes

farine
....
unga

croissant
....
kroisanti

petits-pains
....
andazi

pain
....
mkate

pain grillé
....
mkate wa kubanika

biscuits
....
biskuti

beurre
....
siagi

le fromage blanc
....
maziwa mgando

gâteau
....
keki

œuf
....
yai

œuf au plat
....
yai kukaanga

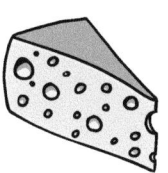

fromage
....
jibini

glace

aiskrimu

sucre

sukari

miel

asali

confiture

jemu

crème nougat

kuenea kwa chokoleti

curry

mchuzi wa viungo

ferme
shamba

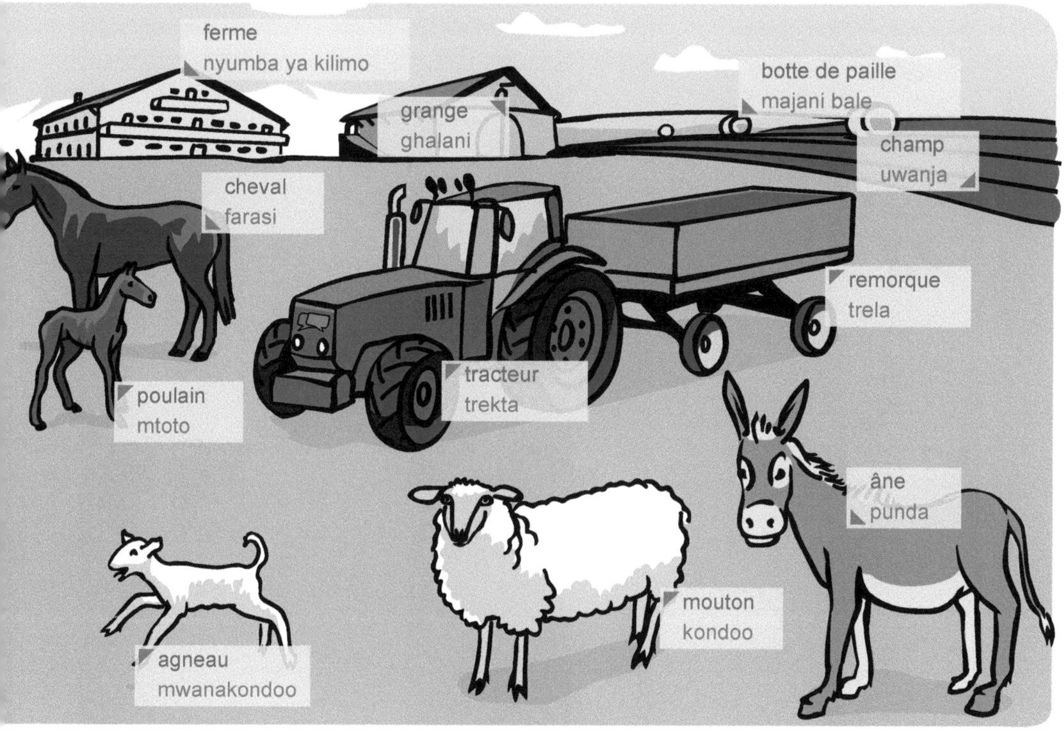

ferme
nyumba ya kilimo
grange
ghalani
botte de paille
majani bale
champ
uwanja
cheval
farasi
remorque
trela
tracteur
trekta
poulain
mtoto
âne
punda
mouton
kondoo
agneau
mwanakondoo

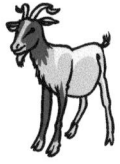

chèvre
mbuzi

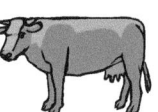

vache
ng'ombe

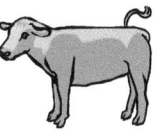

veau
ndama

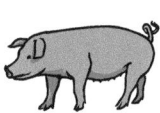

porc
nguruwe

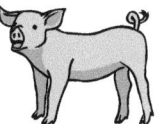

porcelet
mwananguruwe

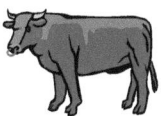

taureau
fahali

oie

batabukini

canard

bata

poussin

kifaranga

poule

kuku

coq

jogoo

rat

panya

chat

paka

souris

panya

bœuf

ng'ombe

chien

mbwa

chenil

nyumba ya mbwa

tuyau de jardin

bomba la bustani

arrosoir

debe la kumwagilia maji

faucheuse

fyekeo

charrue

kulima

faucille
mundu

pioche
jembe

fourche
uma wa nyasi

hache
shoka

brouette
toroli

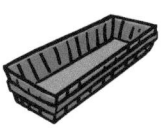

cuve
kupitia nyimbo

pot à lait
chombo cha maziwa

sac
gunia

clôture
ua

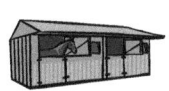

étable
imara

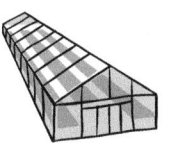

serre
chafu

sol
udongo

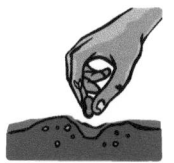

semences
mbegu

engrais
mbolea

moissonneuse-batteuse
kivunaji

ferme - shamba

récolter

mavuno

récolte

mavuno

igname

viazi vikuu

blé

ngano

soja

soya

pomme de terre

viazi

maïs

mahindi

colza

rapa

arbre fruitier

mti wa matunda

manioc

muhogo

céréales

nafaka

maison

nyumba

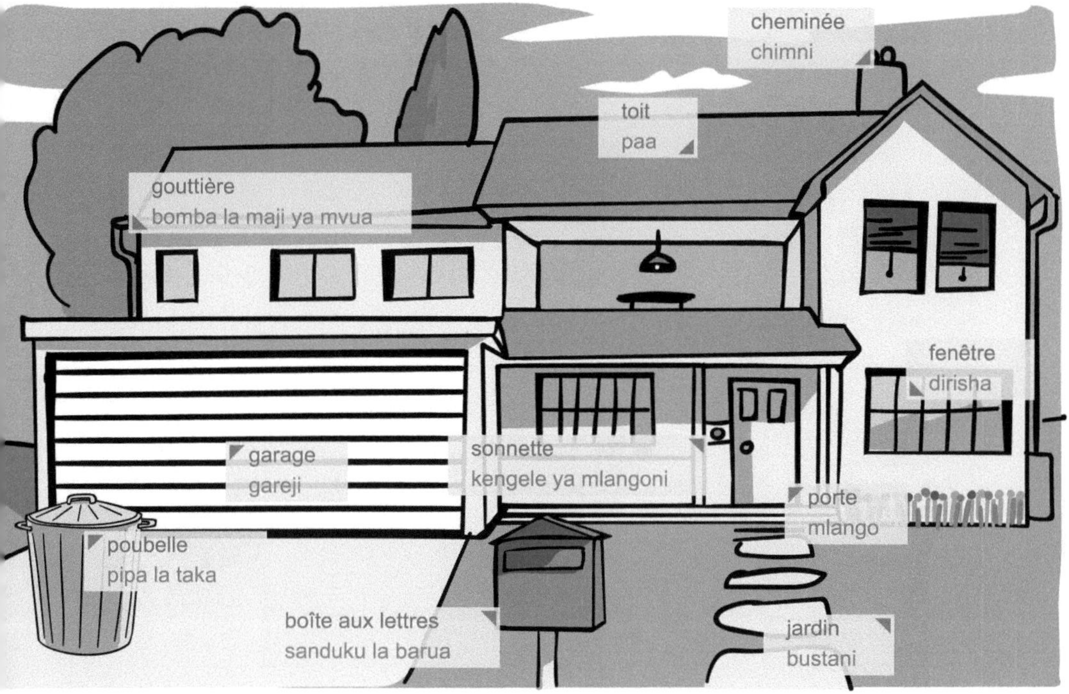
cheminée
chimni
toit
paa
gouttière
bomba la maji ya mvua
fenêtre
dirisha
garage
gareji
sonnette
kengele ya mlangoni
porte
mlango
poubelle
pipa la taka
boîte aux lettres
sanduku la barua
jardin
bustani

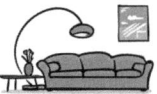

salon

sebuleni

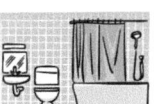

salle de bain

bafu

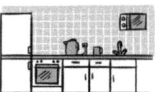

cuisine

jikoni

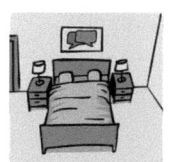

chambre à coucher

chumba cha kulala

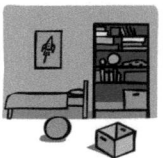

chambre d'enfant

chumba ya mtoto

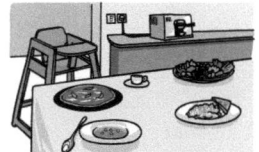

salle à manger

chumba cha kulia

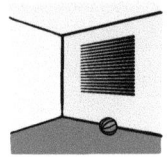

sol

sakafu

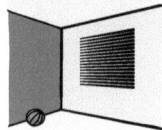

mur

ukuta

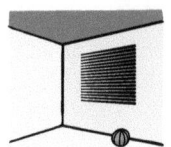

plafond

dari

cave

pishi

sauna

sauna

balcon

roshani

terrasse

mtaro

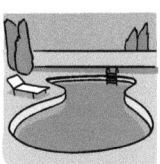

piscine

kidimbwi

tondeuse à gazon

mashine ya kukata nyasi

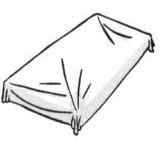

housse

karatasi

couette

kitambaa cha kupamba
kitanda

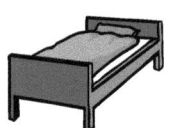

lit

kitanda

balai

ufagio

sceau

ndoo

interrupteur

kubadili

salon

sebuleni

papier peint
mandhari
image
picha
lampe
taa
étagère
rafu
armoire
kabati
télé
televisheni/runinga
cheminée
mekoni
fleur
ua
coussin
mto
sofa
sofa
vase
chombo cha maua
télécommande
kitenzambali

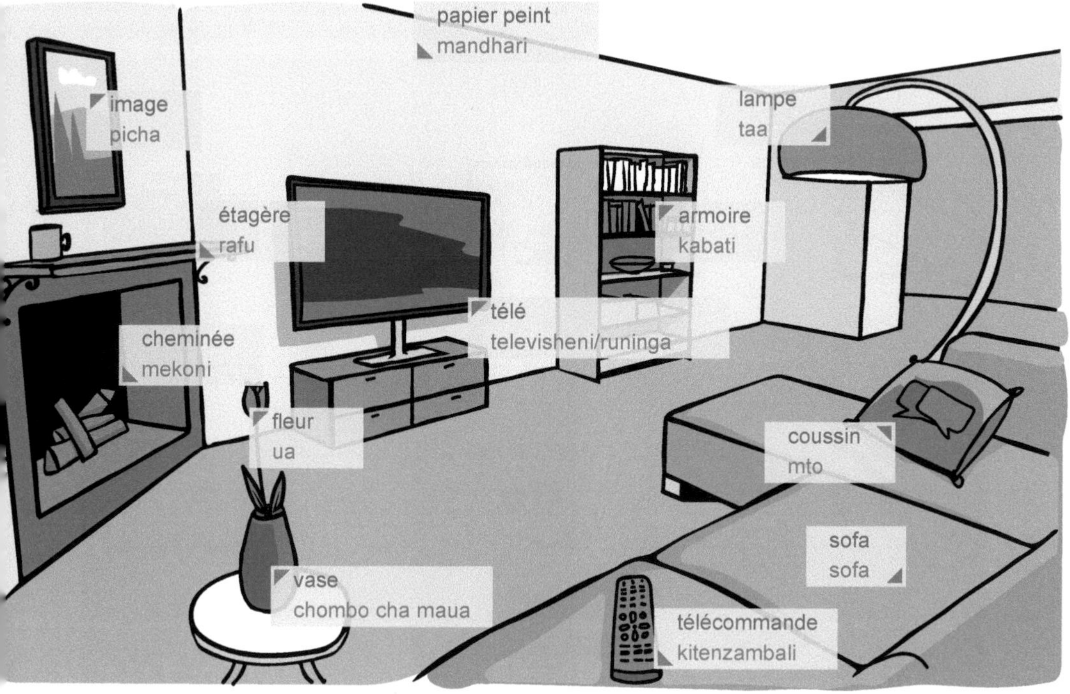

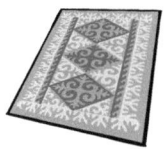

tapis

zulia

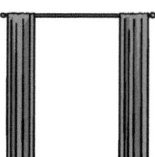

rideau

pazia

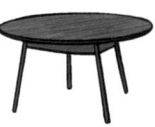

table

meza

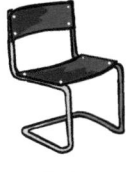

chaise

kiti

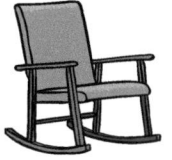

chaise à bascule

kiti cha bembea

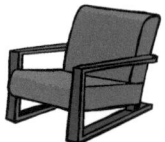

fauteuil

armchair

livre

kitabu

couverture

blanketi

décoration

mapambo

bois de chauffage

kuni

film

filamu

chaîne hi-fi

kifaa cha hi-fi

clé

ufunguo

journal

gazeti

peinture

uchoraji

poster

bango

radio

redio

bloc-notes

daftari

aspirateur

kifyonza

cactus

dungusi kakati

bougie

mshumaa

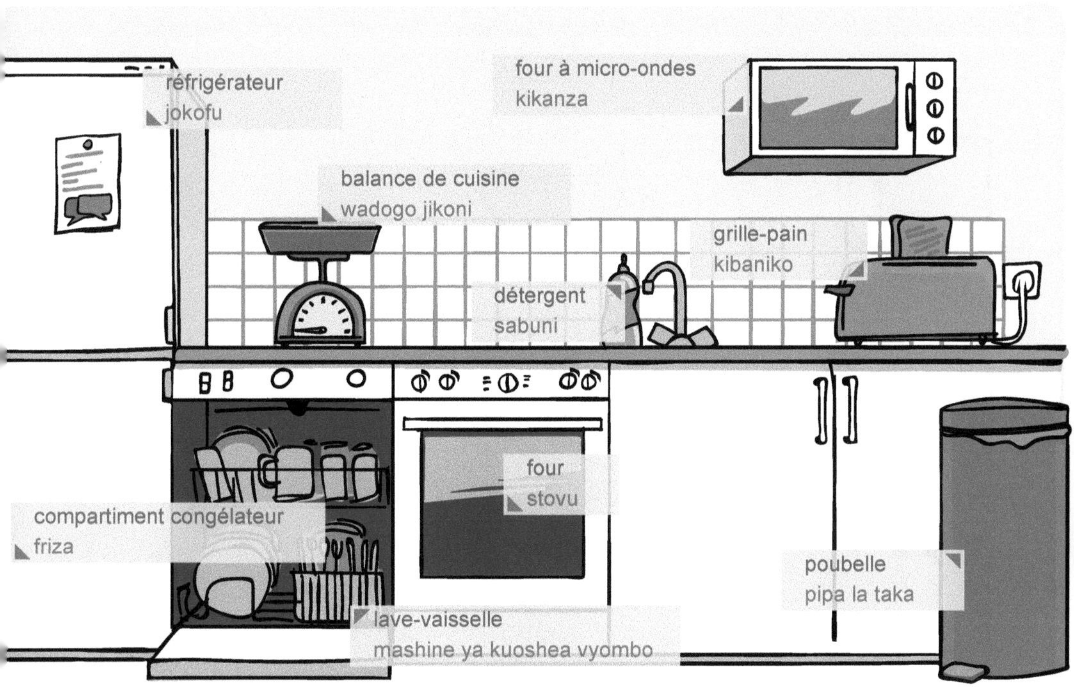

réfrigérateur
jokofu

four à micro-ondes
kikanza

balance de cuisine
wadogo jikoni

grille-pain
kibaniko

détergent
sabuni

four
stovu

compartiment congélateur
friza

poubelle
pipa la taka

lave-vaisselle
mashine ya kuoshea vyombo

four

jiko la kupika

casserole

chungu

marmite

sufuria ya chuma

wok / kadai

wok / kadai

poêle

kaango

bouilloire electrique

birika

cuiseur vapeur

stima

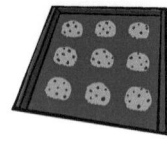

plaque de cuisson

sinia ya kuoka

vaisselle

vyombo vya udongo

gobelet

kombe

coupe

bakuli

baguettes

vijiti vya kulia

louche

ukawa

spatule

mwiko mpana

fouet

burashi

passoire

kichujio

tamis

chujio

râpe

mbuzi

mortier

chokaa

barbecue

barbeque

cheminée

moto wazi

planche à découper

ubao wa majaribio

rouleau à pâtisserie

kijiti cha kusukuma unga

tire-bouchon

kizibuo

boîte

kopo

ouvre-boîte

inaweza kopo

maniques

kishikio cha chungu

lavabo

karo

brosse

brashi

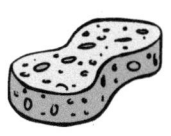

éponge

sifongo

mixeur

kisagaji matunda

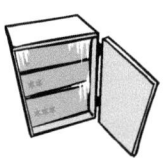

congélateur

friji ya kina

biberon

chupa ya mtoto

robinet

bomba

salle de bain

bafu

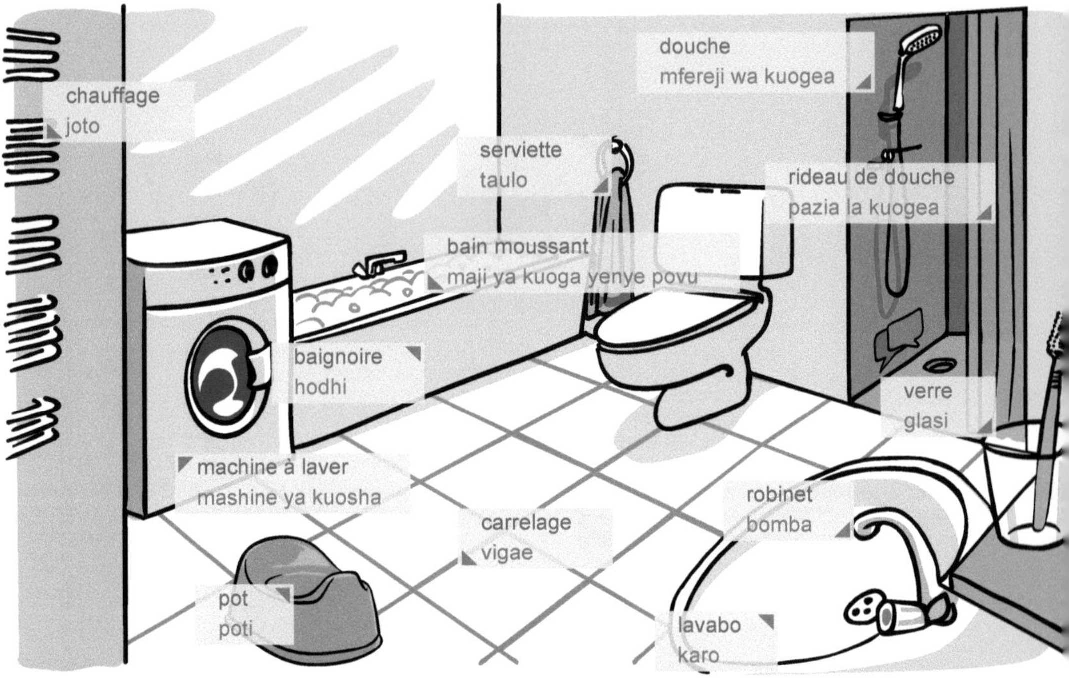

chauffage
joto
douche
mfereji wa kuogea
serviette
taulo
rideau de douche
pazia la kuogea
bain moussant
maji ya kuoga yenye povu
baignoire
hodhi
verre
glasi
machine à laver
mashine ya kuosha
robinet
bomba
carrelage
vigae
pot
poti
lavabo
karo

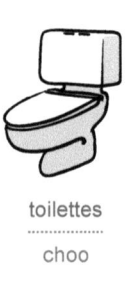

toilettes

choo

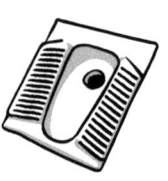

toilette à la turque

choo cha squat

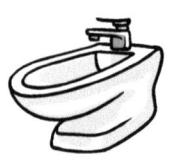

bidet

beseni la mviringo

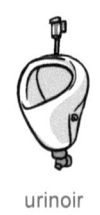

urinoir

choo cha umma

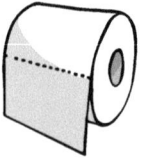

papier toilette

shashi

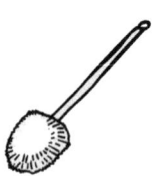

brosse à toilette

brashi ya choo

brosse à dents

mswaki

dentifrice

dawa ya meno

fil dentaire

dawa ya meno

laver

safisha

douche manuelle

kuoga mkono

douche intime

msukumo wa maji

vasque

bonde

brosse dorsale

mpako wa pili

savon

sabuni

gel douche

jeli ya kuogea

shampooing

shampuu

gant de toilette

flana

écoulement

toa maji

crème

krimu

déodorant

kiondoa harufu

miroir

kioo

miroir cosmétique

kioo mkono

rasoir

kinyozi

mousse à raser

povu la kunyoa

après-rasage

baada ya kunyoa

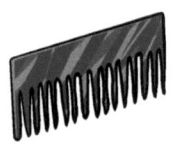

peigne

kichana

brosse

brashi

sèche-cheveux

kikausha nywele

laque pour cheveux

marashi ya nyewele

fond de teint

vipodozi

rouge à lèvres

kidomwa

vernis à ongles

varnish ya msumari

ouate

pamba

coupe-ongles

mkasi wa kucha

parfum

manukato

trousse de toilette

mkoba wa kuosha

tabouret

kinyesi

pèse-personne

mizani

peignoir

nguo ya kuoga

gants de nettoyage

glavu za mpira

tampon

kisodo

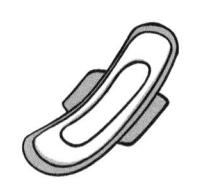

serviettes hygiéniques

sodo

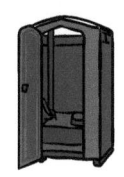

toilette chimique

kemikali choo

chambre d'enfant

chumba ya mtoto

réveil
saa ya kengele
doudou
kidoli cha kupakata
voiture jouet
gari bandia
hochet
kelele
maison de poupée
chumba cha midoli
cadeau
sasa

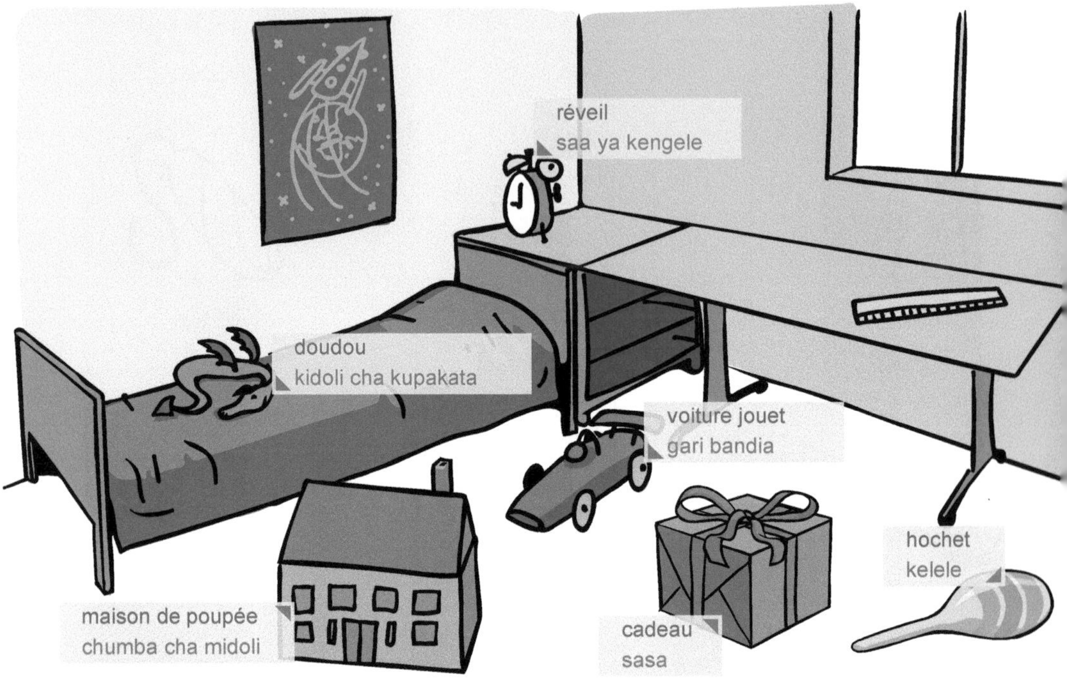

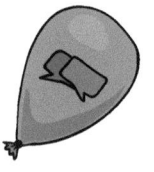

ballon

baluni

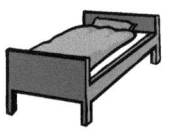

lit

kitanda

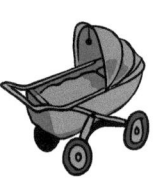

poussette

mashua

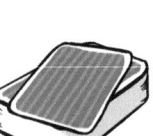

jeu de cartes

staha ya kadi

puzzle

mchezo-fumb

SUPER
MEGA

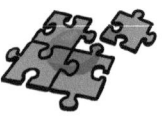

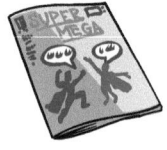

bande dessinée

vichekesho

pièces lego
....
matofali lego

blocs de construction
....
vitalu mwigo

figurine
....
hatua takwimu

grenouillère
....
suti ya kulalia

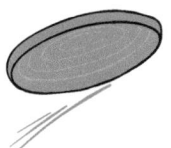

frisbee
....
kisahani

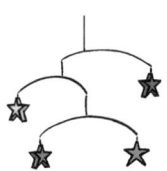

mobile
....
simu

jeu de société
....
ubao wa michezo

dé
....
kete

train miniature
....
garimoshi mwigo

sucette
....
dummy

fête
....
chama

livre d'images
....
picha kitabu

balle
....
mpira

poupée
....
kikaragosi

jouer
....
kucheza

bac à sable

shimo la mchanga

balançoire

bembea

jouets

vitu bandia

console de jeu

kiweko cha video ya mchezo

tricycle

baiskeli ya magurudumu

ours en peluche

mwanasesere

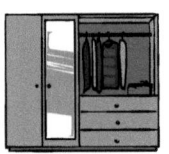

armoire

kabati

matatu

vêtements

nguo

chaussettes

soksi

bas

stokingi

collant

kibano

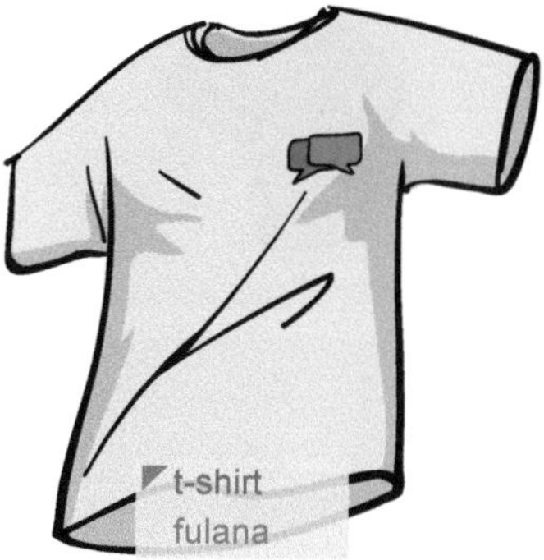

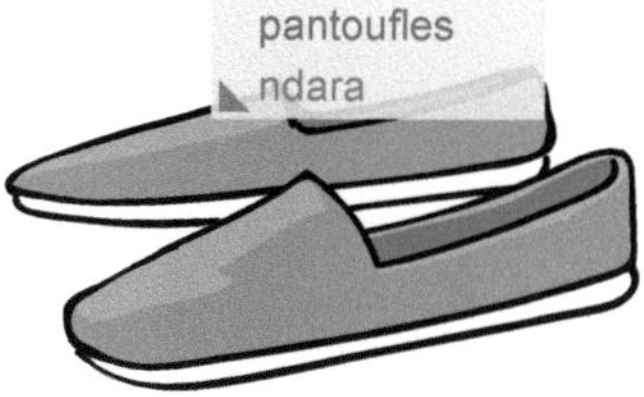

écharpe
skafu

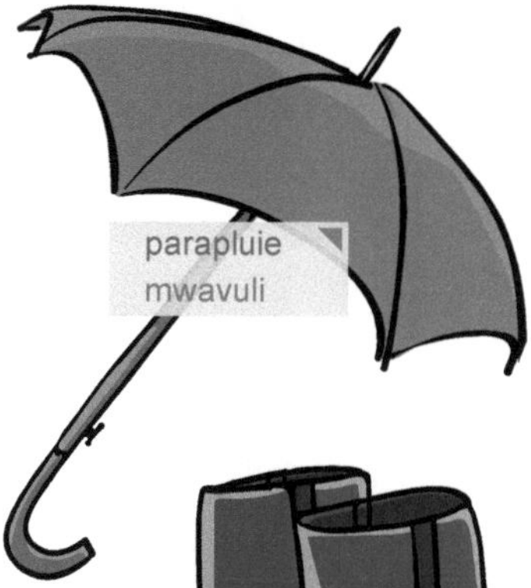

ceinture
ukanda

parapluie
mwavuli

t-shirt
fulana

bottes
viatu

pantoufles
ndara

baskets
wakufunzi

sandales
....
malapa

chaussures
....
viatu

bottes de caoutchouc
....
mabuti ya mpira

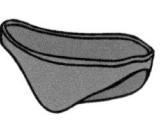

sous-vêtements
....
suruali ya ndani

soutien-gorge
....
sidiria

maillot de corps
....
fulana

body

mwili

pantalon

suruali

jean

dangirizi

jupe

sketi

chemisier

blauzi

chemise

shati

pull

vuta

sweat à capuche

sweta

veste

bleza

veste

jaketi

manteau

koti

imperméable

koti la mvua

costume

maleba

robe

gauni

robe de mariée

mavazi ya harusi

costume

suti

chemise de nuit

vazi la usiku

pyjama

pajama

sari

sari

foulard

skafu

turban

kilemba

burqa

burka

caftan

kaftan

abaya

abaya

maillot de bain

vazi la kuogelea

maillot de bain

vazi la kiume la kuogelea

short

kaptura

tenue d'entraînement

teitei

tablier

aproni

gants

glavu

bouton

kifungo

lunettes

glasi

bracelet

bangili

collier

mkufu

bague

pete

boucle d'oreille

herini

bonnet

kofia

cintre

kiango cha koti

chapeau

kofia

cravate

tai

fermeture éclair

zipu

casque

kofia

bretelles

kanda za suruali

uniforme scolaire

sare za shule

uniforme

sare

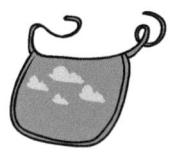

bavoir

bibu

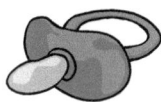

sucette

dummy

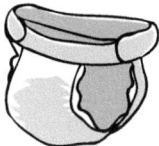

lange

nepi

bureau
ofisi

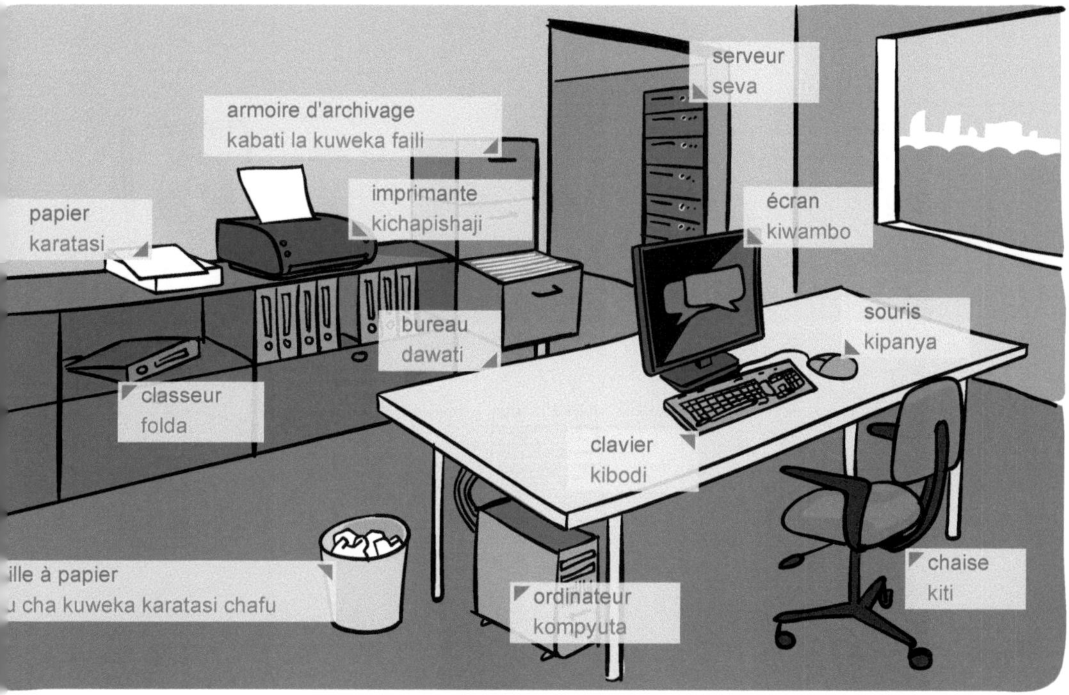
serveur
seva
armoire d'archivage
kabati la kuweka faili
imprimante
kichapishaji
papier
karatasi
écran
kiwambo
souris
kipanya
bureau
dawati
classeur
folda
clavier
kibodi
ille à papier
cha kuweka karatasi chafu
chaise
kiti
ordinateur
kompyuta

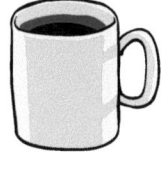

tasse de café

kmobe la kahawa

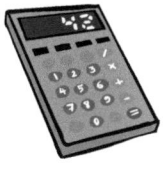

calculatrice

kikokotoo

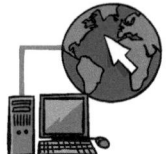

internet

biashara

ordinateur portable

mbali

lettre

barua

message

ujumbe

portable

rununu

réseau

intaneti

photocopieuse

fotokopia

logiciel

programu

téléphone

simu

prise

soketi

fax

kipepesi

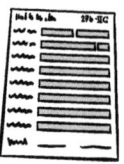

formulaire

fomu

document

hati

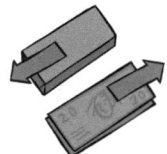

acheter

kununua

payer

kulipa

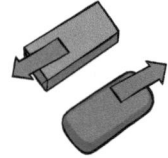

faire du commerce

biashara

monnaie

fedha

dollar

dola

euro

yuro

yen

yeni

rouble

rouble

franc suisse

faranga ya Uswisi

renminbi yuan

renminbi yuan

roupie

rupia

distributeur automatique

eneo la kulipia

bureau de change

ofisi ya ubadilishanaji

or

dhahabu

argent

fedha

pétrole

mafuta

énergie

nishati

prix

bei

contrat

mkataba

taxe

kodi

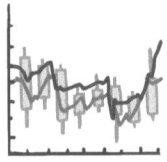

action

bidhaa

travailler

kazi

employé

mfanyakazi

employeur

mwajiri

usine

kiwanda

magasin

duka

économie - uchumi

professions
kazi

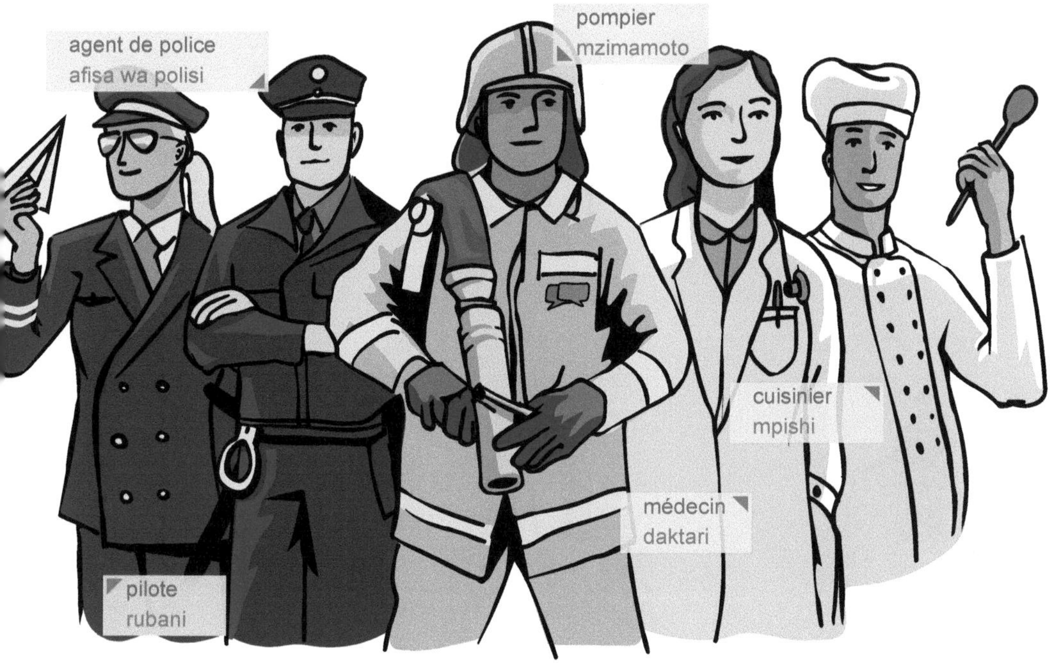
agent de police
afisa wa polisi
pompier
mzimamoto
cuisinier
mpishi
médecin
daktari
pilote
rubani

jardinier

mtunza bustani

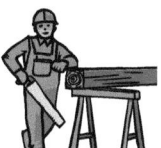

menuisier

seremala

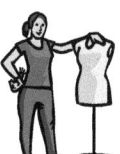

couturière

mshonaji

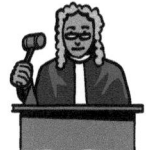

juge

hakimu

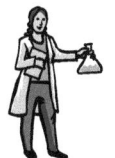

chimiste

mwanakemia

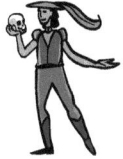

acteur

muigizaji

conducteur de bus

dereva wa basi

chauffeur de taxi

dereva wa teksi

pêcheur

mvuvi

femme de ménage

mwanamke wa kusafisha

couvreur

mwezekaji

serveur

mhudumu

chasseur

mwindaji

peintre

mchoraji

boulanger

mwokaji

électricien

umeme

ouvrier

mjenzi

ingénieur

mhandisi

boucher

mchinjaji

plombier

fundi bomba

facteur

mwanaposta

soldat

mwanajeshi

architecte

msanifu majengo

caissier

keshia

fleuriste

muuza maua

coiffeur

msusi

contrôleur

kondakta

mécanicien

mekanika

capitaine

nahodha

dentiste

daktari wa meno

scientifique

mwanasayansi

rabbin

rabbi

imam

imamu

moine

mtawa

prêtre

kasisi

outils
zana

marteau
nyundo
pinces
koleo
tournevis
bisibisi
clé
spana
torche
kurunzi

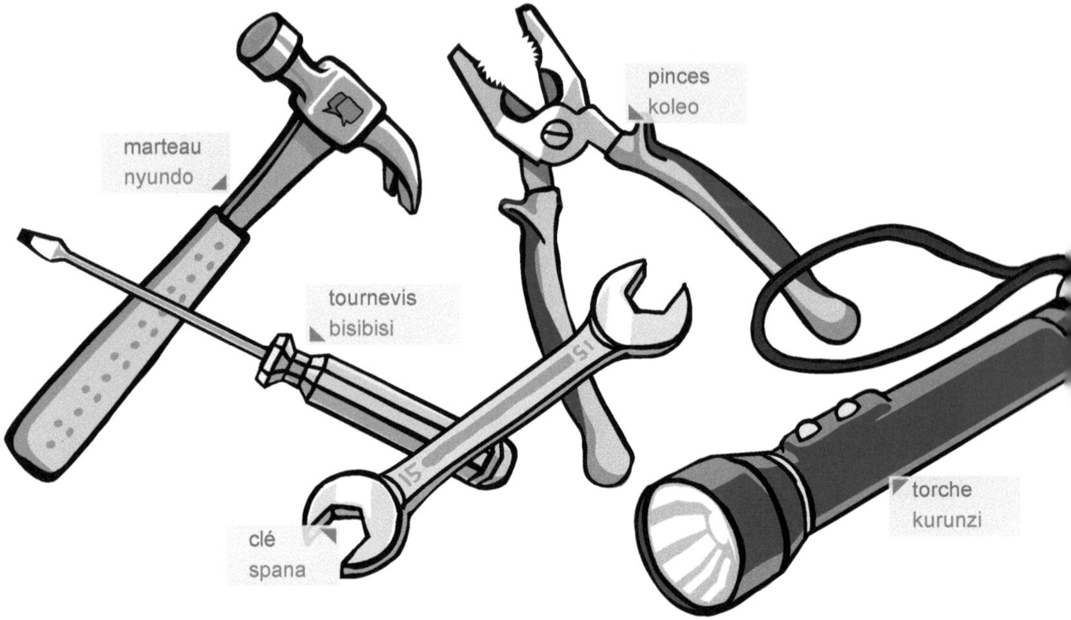

pelleteuse
mchimbaji

boîte à outils
sanduku la vifaa

échelle
ngazi

scie
msumeno

clous
misumari

perceuse
kuchimba visima

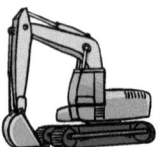

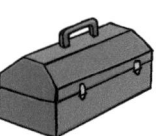

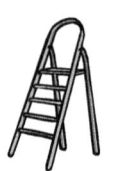

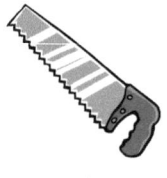

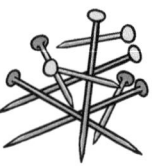

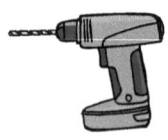

réparer

kukarabati

pelle

sepetu

Mince !

Lo!

pelle

kishikio cha uchafu

pot de peinture

chungu cha rangi

vis

skurubu

instruments de musique

ala za muziki

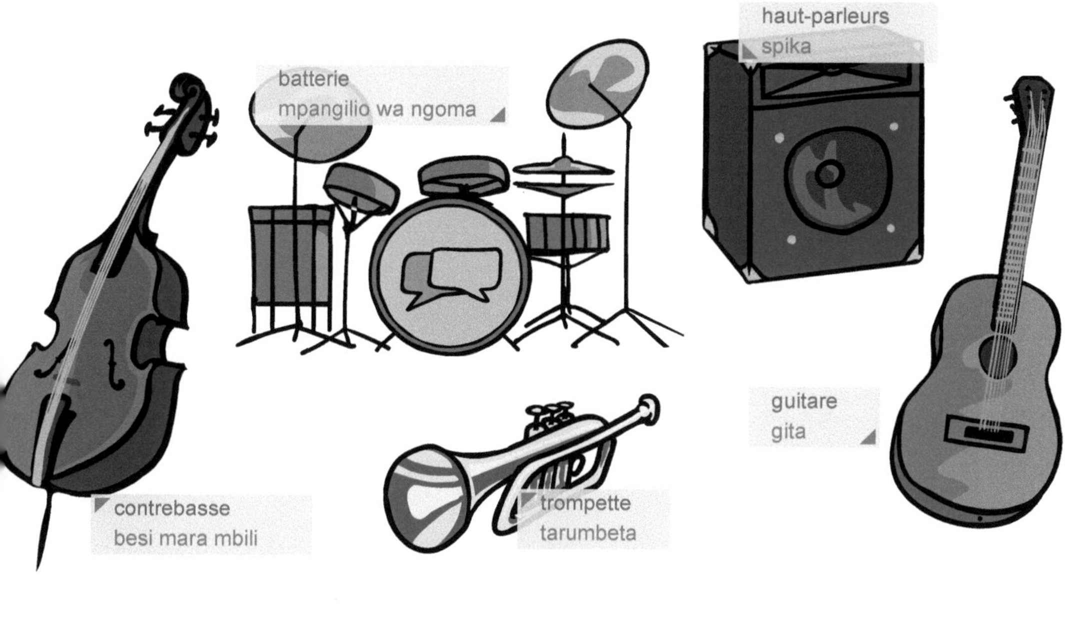

haut-parleurs
spika

batterie
mpangilio wa ngoma

guitare
gita

contrebasse
besi mara mbili

trompette
tarumbeta

piano

piano

violon

fidla

basse

ubeji

timbales

timpani

tambour

ngoma

piano électrique

kibodi

saxophone

saksafoni

flûte

filimbi

microphone

maikrofoni

bustani ya wanyama

tigre
simbamarara

entrée
lango la kuingia

cage
ngome

zèbre
pundamilia

alimentation animale
chakula cha mifugo

panda
panda

animaux

wanyama

éléphant

tembo

kangourou

kangaruu

rhinocéros

kifaru

gorille

sokwe

ours

dubu

chameau

ngamia

autruche

mbuni

lion

simba

singe

tumbili

flamand rose

heroe

perroquet

kasuku

ours polaire

dubu

pingouin

penguini

requin

papa

paon

tausi

serpent

nyoka

crocodile

mamba

gardien de zoo

mtunza wanyama

phoque

muhuri

jaguar

jaguar

poney

mwanafarasi

léopard

chui

hippopotame

kiboko

girafe

twiga

aigle

tai

sanglier

nguruwe mwitu

poisson

samaki

tortue

kobe

morse

sili

renard

mbweha

gazelle

paa

american Football
soka ya marekani

cyclisme
uendeshaji baiskeli

tennis
tenisi

basket-ball
mpira wa kikapu

natation
kuogelea

boxe
ndondi

hockey sur glace
magongo ya barafuni

football
soka

badminton
vinyoya

athlétisme
riadha

handball
mpira wa mikono

ski
skii

polo
polo

activités
shughuli

rire
cheka
sauter
kuruka
embrasser
kumbatia
marcher
kutembea
chanter
kuimba
rêver
ota ndoto
prier
kuomba
faire la bise
busu

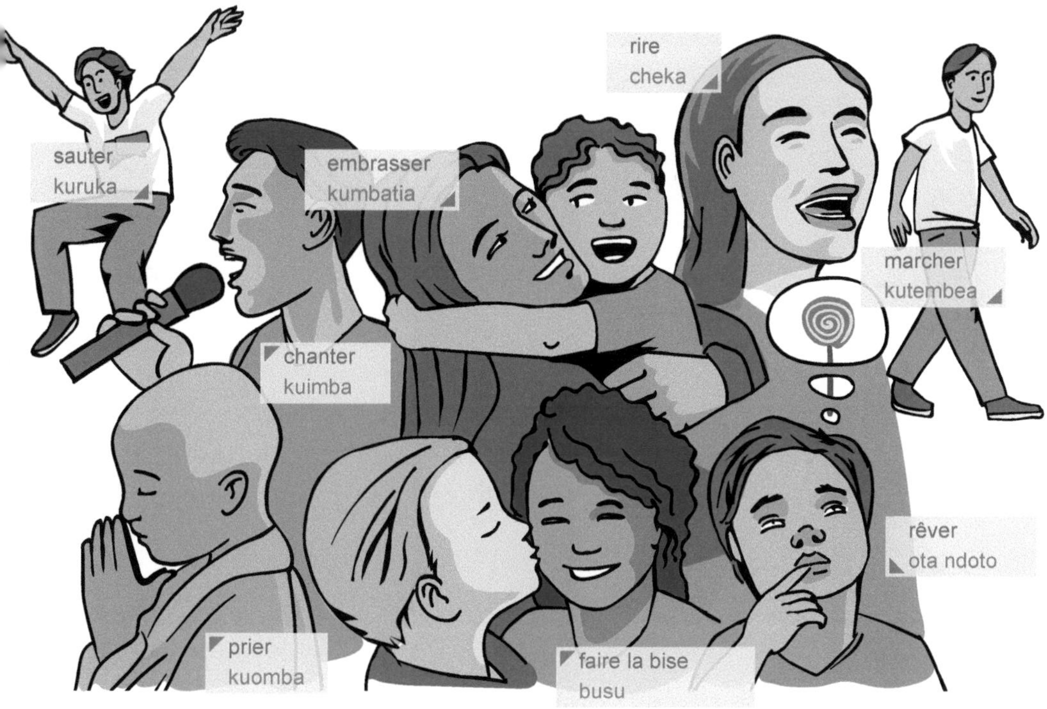

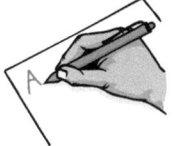

écrire
kuandika

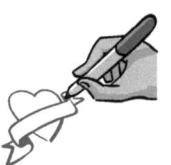

dessiner
kuteka

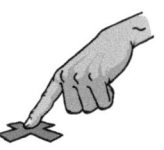

montrer
angalia

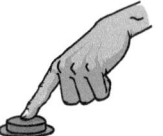

pousser
sukuma

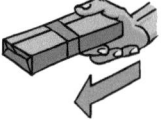

donner
kutoa

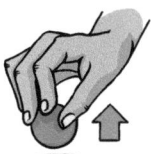

prendre
kuchukua

avoir

kuwa

faire

fanya

être

kuwa

être debout

kusimama

courir

kukimbia

trier

vuta

jeter

kutupa

tomber

kuanguka

être couché

hadaa

attendre

kusubiri

porter

kubeba

être assis

kukaa

s'habiller

vaa nguo

dormir

usingizi

se réveiller

kuamka

regarder

kuangalia

pleurer

lia

caresser

kiharusi

peigner

chana nywele

parler

ongea

comprendre

kuelewa

demander

kuuliza

écouter

kusikiliza

boire

kunywa

manger

kula

ranger

nadhifisha

aimer

upendo

cuire

mpishi

conduire

gari

voler

kuruka

faire de la voile
meli

calculer
kokotoa

lire
kusoma

apprendre
kujifunza

travailler
kazi

se marier
kuoa

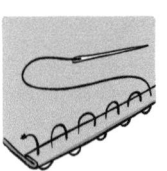

coudre
kushona

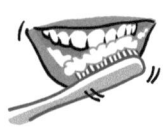

brosser les dents
piga mswaki

tuer
kuua

fumer
moshi

envoyer
kutuma

grand-mère
bibi

grand-père
babu

père
baba

mère
mama

bébé
mtoto

fille
binti

fils
bin

hôte

mgeni

tante

shangazi

oncle

mjomba

frère

kaka

sœur

dada

corps

mwili

front
paji la uso
œil
jicho
visage
uso
menton
kidevu
poitrine
matiti
doigt
kidole
main
mkono
bras
mkono
épaule
bega
jambe
mguu

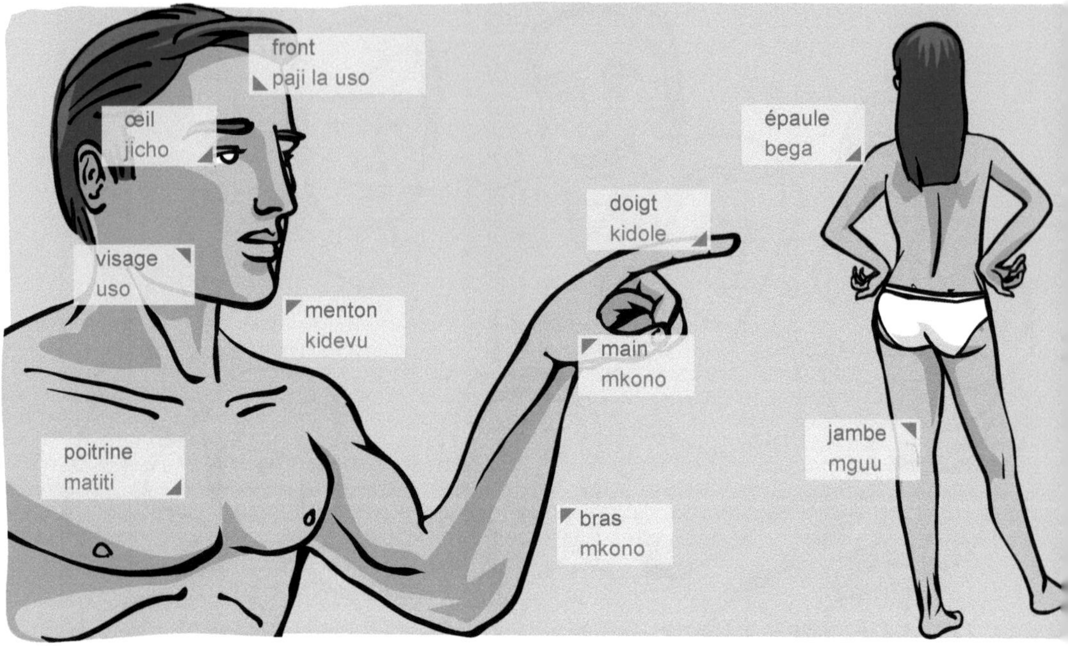

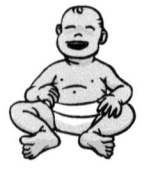

bébé

mtoto

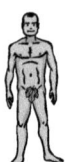

homme

mwanamume

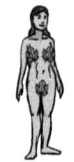

femme

mwanamke

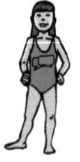

fille

msichana

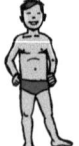

garçon

mvulana

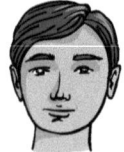

tête

kichwa

dos
nyuma

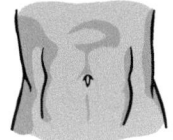

ventre
tumbo

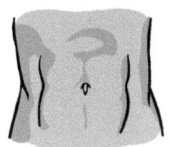

nombril
kitovu

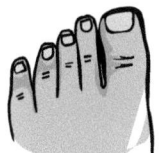

orteil
chano

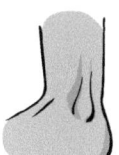

talon
kisigino

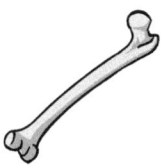

os
mfupa

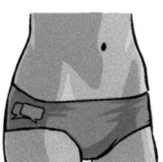

hanche
nyonga

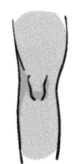

genou
goti

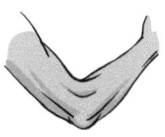

coude
kiwiko

nez
pua

fesses
chini

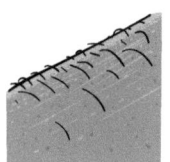

peau
ngozi

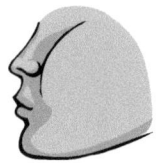

joue
shavu

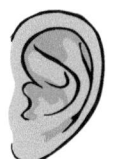

oreille
sikio

lèvre
mdomo

bouche

kinywa

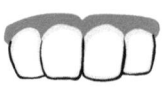

dent

jino

langue

ulimi

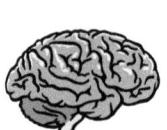

cerveau

ubongo

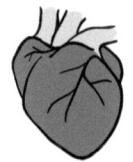

cœur

moyo

muscle

misuli

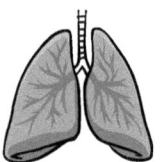

poumons

pafu

foie

ini

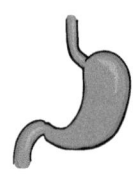

estomac

tumbo

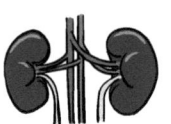

reins

figo

rapport sexuel

jinsia

préservatif

kondomu

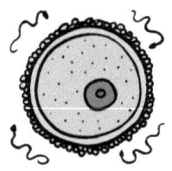

ovule

ovari

sperme

shahawa

grossesse

mimba

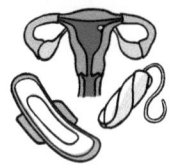

menstruation
....
hedhi

sourcil
....
unyusi

vagin
....
uke

cheveux
....
nywele

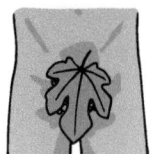

pénis
....
uume

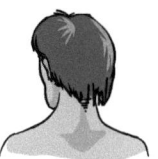

cou
....
shingo

hôpital
hospitali

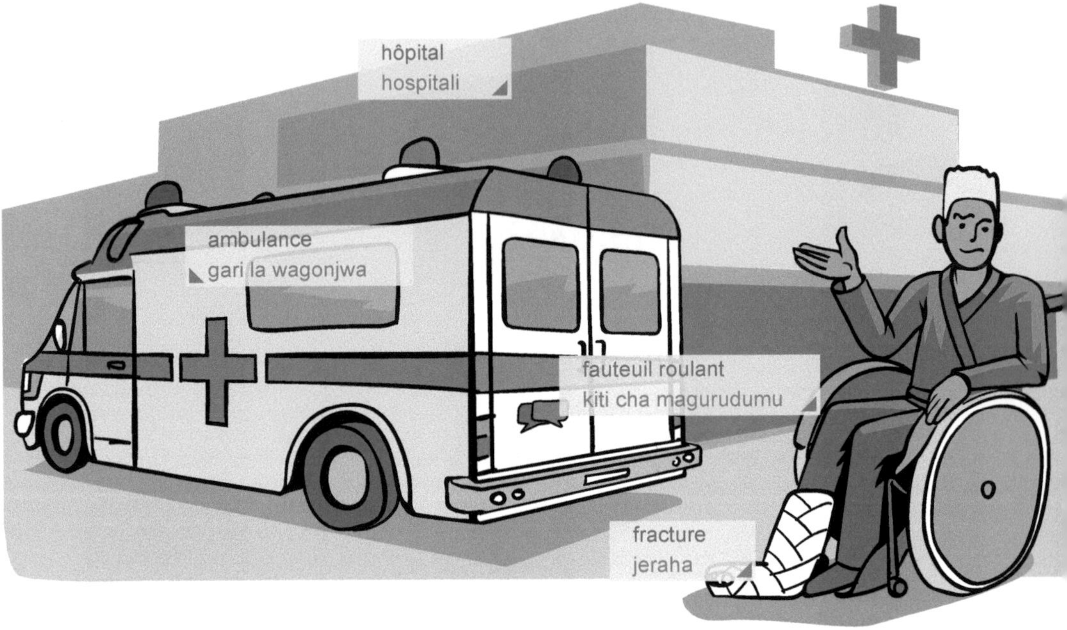

hôpital
hospitali
ambulance
gari la wagonjwa
fauteuil roulant
kiti cha magurudumu
fracture
jeraha

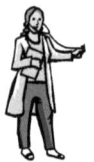

médecin

daktari

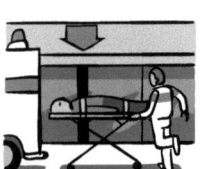

service des urgences

chumba cha dharura

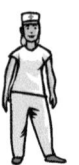

infirmière

muuguzi

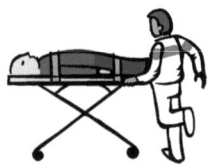

urgence

dharura

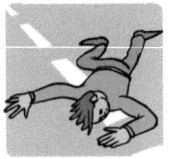

inconscient

kupoteza fahamu

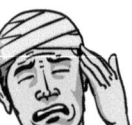

douleur

maumivu

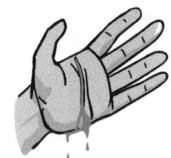

blessure
kuumia

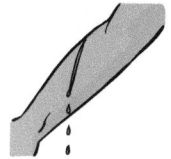

hémorragie
kutokwa na damu

crise cardiaque
mshtuko wa moyo

attaque cérébrale
kiharusi

allergie
mzio

toux
kikohozi

fièvre
homa

grippe
mafua

diarrhée
kuharisha

mal de tête
maumivu ya kichwa

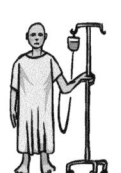

cancer
kansa

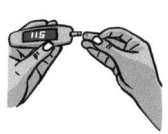

diabète
ugonjwa wa kisukari

chirurgien
daktari mpasuaji

scalpel
kisu kidogo cha kupasulia

opération
operesheni

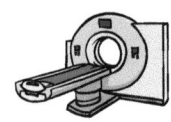

CT

picha changanufu ya mwili

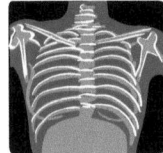

radiographie

Eksrei

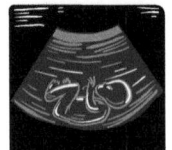

échographie

mawimbi sauti

masque

barakoa ya uso

maladie

ugonjwa

salle d'attente

chumba cha kusubiri

béquille

mkongojo

pansement

plasta

pansement

bendeji

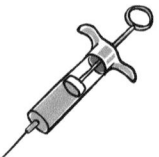

injection

sindano

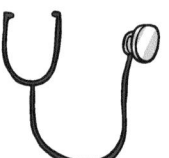

stéthoscope

stetoskopu

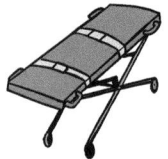

brancard

machela

thermomètre

kipimajoto cha kliniki

accouchement

kuzaliwa

surcharge pondérale

unene kupita kiasi

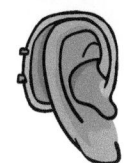

appareil auditif

kusikia misaada

désinfectant

kipukusi

infection

maambukizi

virus

virusi

VIH / sida

VVU / UKIMWI

médicament

dawa

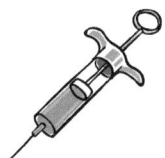

vaccination

chanjo

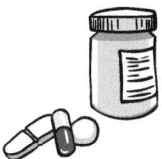

comprimés

vidonge

pilule

kidonge

appel d'urgence

simu ya dharura

tensiomètre

haemodainamometa

malade / sain

mgonjwa / mwenye afya

alarme

kengele

assaut

pigo

Au secours !

Msaada!

attaque

shambulizi

danger

hatari

sortie de secours

lango la dharura

Au feu!

Moto!

extincteur

kizima moto

accident

ajali

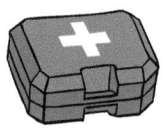

trousse de premier secours

vifaa vya huduma ya kwanza

SOS

wito wa msaada

police

polisi

Europe

Ulaya

Amérique du Nord

Amerika ya Kaskazini

Amérique du Sud

Amerika ya Kusini

Afrique

Afrika

Asie

Asia

Australie

Australia

Océan atlantique

Atlantiki

Océan pacifique

Pasifiki

Océan indien

Bahari ya Hindi

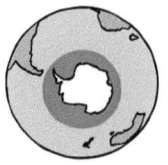

Océan antarctique

Bahari ya Antaktiki

Océan arctique

Bahari ya Aktiki

pôle nord

Ncha ya Kaskazini

pôle sud

Ncha ya Kusini

Antarctique

Antaktika

terre

dunia

pays

nchi

mer

bahari

île

kisiwa

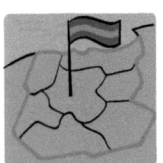

nation

taifa

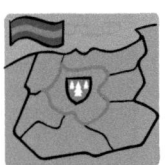

état

jimbo

terre - dunia

cadran

uso wa saa

aiguille des heures

akrabu ya saa

aiguille des minutes

akrabu ya dakika

aiguille des secondes

akrabu ya sekunde

Quelle heure est-il ?

Ni saa ngapi?

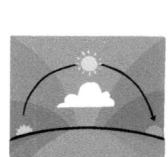

jour

siku

temps

wakati

maintenant

sasa

montre digitale

saa ya dijitali

minute

dakika

heure

saa

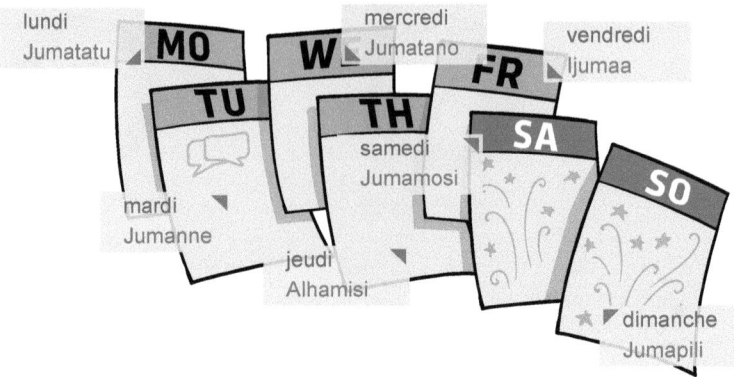

lundi
Jumatatu

mercredi
Jumatano

vendredi
Ijumaa

mardi
Jumanne

jeudi
Alhamisi

samedi
Jumamosi

dimanche
Jumapili

hier

jana

aujourd'hui

leo

demain

kesho

matin

asubuhi

midi

saa sita mchana

soir

jioni

MO	TU	WE	TH	FR	SA	SU
1	2	3	4	5	6	7
8	9	10	11	12	13	14
15	16	17	18	19	20	21
22	23	24	25	26	27	28
29	30	31	1	2	3	4

jours ouvrables

siku za biashara

MO	TU	WE	TH	FR	SA	SU
1	2	3	4	5	6	7
8	9	10	11	12	13	14
15	16	17	18	19	20	21
22	23	24	25	26	27	28
29	30	31	1	2	3	4

week-end

mwishoni mwa wiki

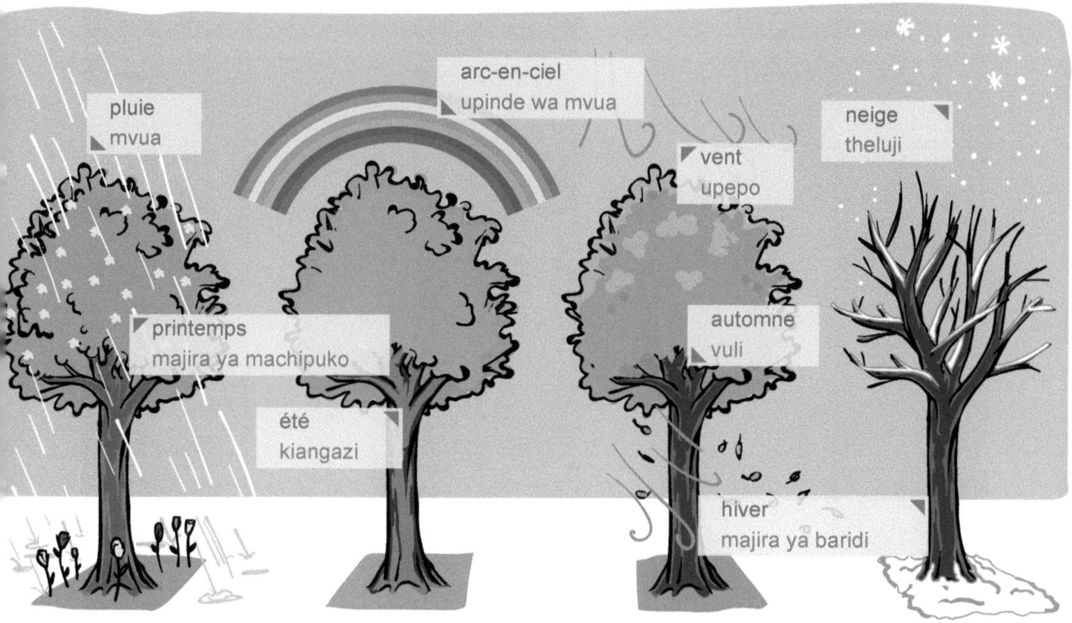

pluie
mvua
arc-en-ciel
upinde wa mvua
neige
theluji
vent
upepo
printemps
majira ya machipuko
automne
vuli
été
kiangazi
hiver
majira ya baridi

4.APRIL 11°
5.APRIL 4°
6.APRIL 13°
7.APRIL 8°
8.APRIL 10°

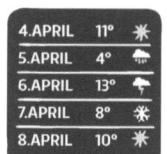

météo

utabiri wa hali ya hewa

F C

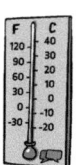

thermomètre

kipimajoto

lumière du soleil

mwanga wa jua

nuage

wingu

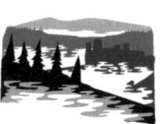

brouillard

ukungu

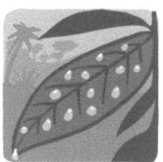

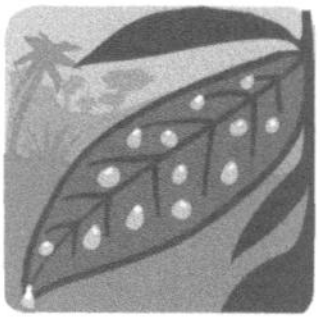

humidité

unyevu

foudre

umeme

tonnerre

radi

tempête

dhoruba

grêle

mvua ya mawe

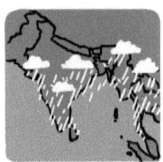

mousson

monsuni

inondation

mafuriko

glace

barafu

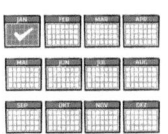

janvier

Januari

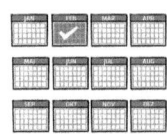

février

Februari

mars

Machi

avril

Aprili

mai

Mei

juin

Juni

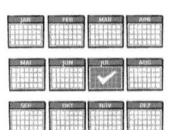

juillet

Julai

août

Agosti

année - mwaka

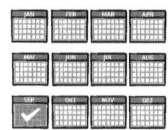

septembre

Septemba

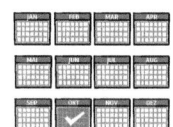

octobre

Oktoba

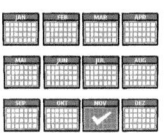

novembre

Novemba

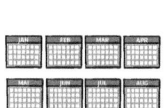

décembre

Desemba

formes

maumbo

cercle

mduara

carré

mraba

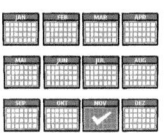

rectangle

mstatili

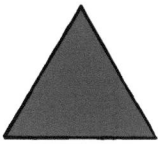

triangle

pembetatu

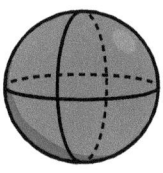

sphère

nyanja

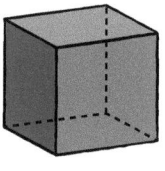

cube

mchemraba

blanc

nyeupe

jaune

manjano

orange

chungwa

rose

rangi ya waridi

rouge

nyekundu

violet

hudhurungi

bleu

bluu

vert

kijani

marron

hanja

gris

jivujivu

noir

nyeusi

beaucoup / peu

mengi / kidogo

fâché / calme

hasira / pole

joli / laid

nzuri / mbaya

début / fin

mwanzo / mwisho

grand / petit

kubwa / ndogo

clair / obscure

angavu / giza

frère / soeur

kaka / dada

propre / sale

safi / chafu

complet / incomplet

kamilika / tokamilika

jour / nuit

siku / usiku

mort / vivant

wafu / hai

large / étroit

pana / nyembamba

comestible / incomestible

kulika / kutolika

méchant / gentil

ovu / ema

excité / ennuyé

sisimkwa / udhika

gros / mince

nene / nyembamba

premier / dernier

kwanza / mwisho

ami / ennemi

rafiki / adui

plein / vide

jaa / tupu

dur / souple

ngumu / laini

lourd / léger

nzito / nyepesi

faim / soif

njaa / kiu

malade / sain

mgonjwa / mwenye afya

illégal / légal

haramu / kisheria

intelligent / stupide

akili / kijinga

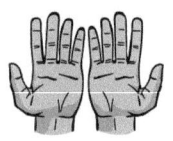

gauche / droite

kushoto / kulia

proche / loin

karibu / mbali

nouveau / usé

mpya / kutumika

rien / quelque chose

kitu / jambo

vieux / jeune

zee / changa

marche / arrêt

waka / zima

ouvert / fermé

wazi / fungwa

faible / fort

utulivu / kelele

riche / pauvre

tajiri / masikini

correct / incorrect

sahihi / kosa

rugueux / lisse

mbaya / laini

triste / heureux

huzunika / furahia

court / long

fupi /ndefu

lent / rapide

polepole / haraka

mouillé / sec

nyevu / kavu

chaud / froid

joto / baridi

guerre / paix

vita / amani

0

zéro

sufuri

1

un / une

moja

2

deux

mbili

3

trois

tatu

4

quatre

nne

5

cinq

tano

6

six

sita

7

sept

saba

8

huit

nane

9

neuf

tisa

10

dix

kumi

11

onze

kumi na moja

12

douze

kumi na mbili

13

treize

kumi na tatu

14

quatorze

kumi na nne

15

quinze

kumi na tano

16

seize

kumi na sita

17

dix-sept

kumi na saba

18

dix-huit

kumi na nane

19

dix-neuf

kumi na tisa

20

vingt

ishirini

100

cent

mia

1.000

mille

elfu

1.000.000

million

milioni

anglais

Kiingereza

anglais américain

Kiingereza cha Marekani

chinois mandarin

Kimandarini cha Uchina

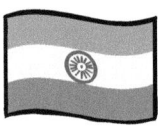

hindi

Kihindi

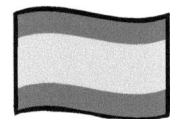

espagnol

Kihispania

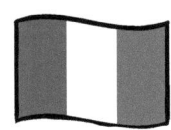

français

Kifaransa

arabe

Kiarabu

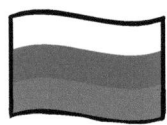

russe

Kirusi

portugais

Kireno

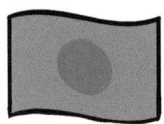

bengali

Kibengali

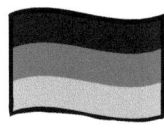

allemand

Kijerumani

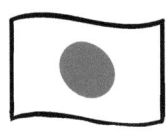

japonais

Kijapani

je
....
mimi

tu
....
wewe

il / elle / ce, c', cela
....
yeye / yeye / ni

nous
....
sisi

vous
....
wewe

ils / elles
....
wao

Qui ?
....
nani?

Quoi ?
....
nini?

Comment ?
....
jinsi gani?

Où ?
....
wapi?

Quand ?
....
lini?

nom
....
jina

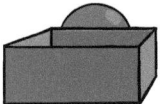

derrière

nyuma

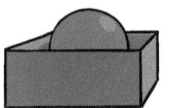

dans

katika

devant

mbele ya

au-dessus

juu ya

sur

kwenye

en-dessous

chini ya

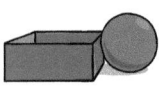

à côté de

kando

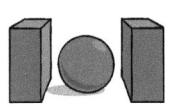

entre

kati

lieu

mahali